AF368844

அன்பு தந்தையும் அழகிய நண்பர்களும்

கெளசல்யா

ஏலே பதிப்பகம்

அன்பு தந்தையும் அழகிய நண்பர்களும் – கவிதை
© கெளசல்யா 2021
எழுத்தாளர்: கெளசல்யா
முதல் பதிப்பு: ஜனவரி 2021

இந்த படைப்பின் முழு உரிமையும் பொறுப்பும்
இதன் ஆசிரியரையே சேரும்.

வெளியீடு:
ஏலே பதிப்பகம்
5/175, பாத்திமா நகர்,
கூத்தென்குழி,
திருநெல்வேலி – 627104
தொடர்புக்கு: 9944992571

Anbu Thanthaium alakiya nanbarkalum   - Poetry
All Copy Rights Reserved By © Kowsalya S 2021
Author: Kowsalya S
First Edition: January 2021

Published By:
Aelay Publish
5/175, Fathima nagar,
Kuthenkuly,
Tirunelveli -627104
Phone: 9944992571

Design And Executed by

ISBN : 978-93-5533-139-7
Page : 36

சமர்ப்பணம்

அன்பு தந்தையும் அழகிய நண்பர்களும் இந்த
புத்தகத்தை எனது தந்தைக்கு சமர்ப்பிக்கிறேன்.
என்னை மாரிலும் தோளிலும் சுமந்த தந்தைக்கு கைமாறு
செய்ய இயலாத மகளின் ஒரு பரிசு.இந்த புத்தகத்தால்
என் மனபாரம் குறைந்தது.
இனி வரும் பிறவியிலும் உன் மகளாய் பிறந்திடவே வரம்
கேட்பேன் இறைவனிடம்

நன்றியுரை

என் பெயர் கௌசல்யா, கோவை மாவட்டம் அன்னூர்
கிராமத்தை சேர்ந்தவள்.

என் பெற்றோருக்கும் ஆசிரியர்களுக்கும் முதற்கண்
நன்றியை தெரிவித்து கொள்கிறேன்.பேருந்து வசதி கூட
இல்லாத கிராமத்தில் இருந்து என்னை முதுகலை
இயற்பியல் படிக்க வைத்த என் அம்மா திருமதி ச.
இந்திராணி அவர்களுக்கு எனது நன்றிகள். மேலும் கருங்
கல்லாக இருந்த என்னை சிற்பமாக மாற்றிய எனது
ஆசிரியர்கள் திருமதி லீலாவதி, திருமதி I. ரீட்டா மேரி,
திருமதி பியூலா குமாரி, திரு சக்தி சுடர் சரவணன்
அவர்களுக்கும் என் மனதார நன்றியை தெரிவித்து
கொள்கிறேன்.எனது மாமா திரு.பழனிச்சாமி, திருமதி
தனலட்சுமி, திருமதி பத்மா அவர்களுக்கும் எனது
நட்புகளான எனக்குள் இருக்கும் கவியை
வெளிக்கொணர செய்த எனது அக்கா கனி மொழி,சத்யா
தேவி அவர்களுக்கும் சிவரஞ்சனி, கவிதா, ரம்யா, திவ்யா
ஜவஹர், கௌதம், ஹரி, அபுதாஹிர்,சித்தார்த்
அவர்களுக்கும் என் மனதார நன்றியை தெரிவித்து
கொள்கிறேன். மேலும் என் வாழ்வில் சந்தித்த
அனைவருக்கும் என் நன்றியை சமர்ப்பிக்கிறேன்

1.தந்தையே என் மகனாக

சிறுமியாய் தோன்றிய என்னை
சிகரமாய் உயர்த்த நீவிர் செய்த
அரும்பாடுகள் நான் அறிவேன் நான் சிகரம் தொடும்
முன்னே சிலையாகி போனதை
என்னவென்று கூறுவேன். மனதின்
வலிகள் மலையாகக் குவிந்தன
மீண்டும் நீவிர் மறுபிறவி எடுக்க
மன்றாடுவேன் இறைவனிடம்
என் மகனாய் பிறக்கத் தான்
தந்தையாக மறைந்து விட்டீர்களா?
சீக்கிரம் மண்ணில் பிறந்து விடுங்கள்
என் மனதின் வலிகளைத் தீர்த்து விடுங்கள்

2.தாயாக தந்தை

தந்தையாக
தாய் மாறும்
தருணங்களில் உணர்கிறேன்
தந்தையின் பெருமைகளை
தாயின் வலிகளை இருந்தும்
வருந்துகிறேன் இவர்களை
வர்ணித்திட வார்த்தைகள் இல்லையென்று
மறுஜென்மம் ஒன்றிருந்தால்
இவர்கள் வேண்டும் என்
மழலைகளாக

3.அற்புதமான தந்தையே

என் விழியினைப் பார்த்து என் கவலைகளை அறியும்
ஓர் அற்புதமான தந்தையே! உம்
இரவு நேரத் தாமதத்தைக் கூட பொறுக்க
முடியாத என்னை ஆயுள் முழுவதும்
காத்திருந்தால் கூட கண் காணாதவாறு
மறைந்து விட்டாய் மரண வலியால்
துடித்துக் கொண்டிருக்கிறேன் மனம்
எங்கும் நிறைந்த உன்னை மறக்கத்
தெரியாமல் தவித்துக் கொண்டிருக்கிறேன்
கண்ணீரும் கவலைகளுமே என் வாழ்வாயிற்று!

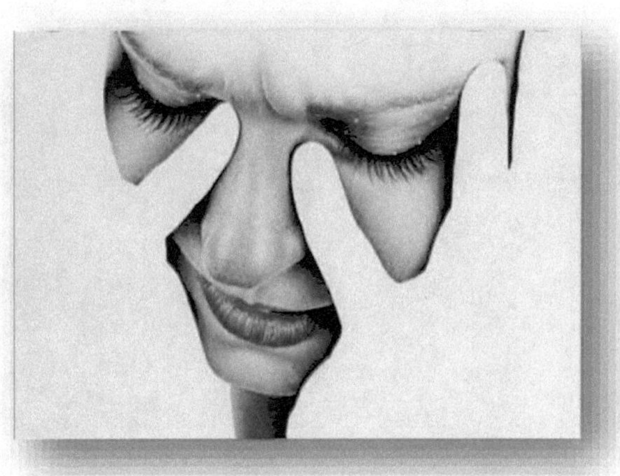

4.இதயம் கேட்கிறது

அன்று எங்கு சென்றாலும்
உன்னோடு சென்றே பழகிவிட்டேன்
இன்று எங்கே சென்றாலும்
உன்னை என் இதயம் கேட்கிறதே
என் இதய ஒலி உன் செவியில் விழவில்லை
என் மனம் படும் அல்லல் உனக்கு புரியவில்லையா
என் கண்ணுக்கு தெரியாமல் இருந்தது போதும்
இந்த நொடியே என்முன் நீ வரவேண்டும்
என் கோரிக்கையை ஏற்றுக் கொள்வாயா
அப்பா

5.யாம் இருவர் செய்த பிழையோ

சாலை ஓரங்களிலும்
நடை பாதையிலும்
பேருந்திலும், கல்லூரியிலும்
அப்பா என்று எவரெனும் கூற
விழிகளில் வெள்ளம் பொங்க
காரணம் என்னவோ?
விடியும் பொழுதில் உம்மை
பார்த்தே விழித்த கண்கள்
உம்மை தேடியும் ஏமாறுவதேனோ?
நீங்கள் கொடுத்த பிரிவின்
வலிகளை கண்கள் காண்பித்துக்
கொடுத்தும் தாயிடமிருந்து
மறைப்பது தான் ஏனோ??
எதிர்பாராத தருணத்தில் உம்மை
இழந்து யாம் இருவர்
செய்த பிழையோ?

6.என் தந்தை இல்லாததால்

நொடிகளும் நொறுங்கின்றன
நிமிடங்களும் நிற்காமல் போகுதே
மணியும் மகிழ்வற்று மறையுதே
நாட்களும் நகர்ந்து நடுங்குதே
வாரமும் வலுவிழந்து வாடுதே
மாதமும் மட்டற்று போனதே
வருடமும் வறட்சியற்று போனதே
என் தந்தை இல்லாததால்!

7.விதியின் பெயரில்

சிறு பிள்ளை என்றே
நான் இருந்தேன். காலன்
உம்மை கடத்திச் செல்லும் வரை
காலம் சென்ற பின்பே கற்றுணர்ந்தேன்
நீங்கள் காட்டிய உலகம் வேறு
நான் காணும் உலகம் வேறென்று
எப்படி காலம் செல்லும் என்றே
புரியவில்லை இருந்தும் காலம்
கழிக்கிறேன் விதியின் பெயரால்

8.காரணம் கூறாயோ

காணுகிறேன் உன்னை
கனவாக
நினைக்கின்றேன்
நினைவாக
சுவாசிக்கிறேன்
மூச்சாக
உணருகின்றேன்
உயிராக
தொடுகையில் மட்டும்
காற்றாய் கலைவதற்கு
காரணம் கூறாயோ அப்பா!!

9.என் தோழி

அன்பைக் கூறி
ஆக்கம் அளித்து
இன்பம் கொடுத்து
ஈகை உணர்வோடு
உன் உறவை அளித்து
ஊனமான என் மனதை

எரிய வைத்தாய் உன் அன்பினால்
ஏற்றம் அளித்தாய்
ஐம்புலனாய் நீ நின்றாய் - என்
ஒருமையை மாற்றினாய்
ஓராறு சுமைகளை தீர்த்தாய்
ஒளரங்கசிப்பின் வழி வந்தவளோ!
பல்லாண்டு வாழ்க!
பலகோடி நன்மைகள் பெறுக!
வற்றாத செல்வத்துடன் வாழையடி
வாழையாக வளமுடன் வாழ்க!

10.சிரியா

இறைவன் தந்த வரமல்லவோ
இன்பம் பொழியும் மழையல்லவோ –நீ
உன் விரல் பிடித்து நடக்கையிலே
இனம் புரியாத இன்பம் வீசுதடி
உன் புன்னகையில என் கவலை தோற்குதடி
மொழி தெரியாத உன்னோடு
நேரக் கணக்கில் பேசிக்கொள்கிறேன்
இருந்தும் போதவில்லை இந்நேரம்
உன் சிறு கைகால்களை ஆட்டி
நடந்து வருகையிலே
தேவதை கூட தோற்று விடுகிறாள்
உன் வெண்மை நிற பற்களை
காட்டி சிரிக்கையிலே சிரியா
இவ்வுலகையே மறந்து நானும்
சிறு பிள்ளையாகிறேன்

11.புதுமை பெண்

இதயம் முழுவதும் காயங்கள்
கண்கள் முழுவதும் கவலைகள்
இருந்தும் உனது இதழ் புன்னகையை
மட்டும் பூக்கிறது!
ஓகோ! நீதான் புதுமைப் பெண்ணோ?
செல்லும் வழியெல்லாம் சில சோகம்
உன்னைத் துரத்திய போதிலும்
போதும் உழைத்ததென்று நீ உறங்கியதில்லை
எட்டுத்திக்கும் காலன் சுற்றி வளையினும்
கஷ்டங்கள் உன்னை ஆட்கொண்டிருப்பினும்
உன் கண்கள் பொங்கு கடலாகின தவிர
நின் மனம் மலையாகவே உள்ளன.
ஆயிரம் சவால்களை அனுதினுமும் சந்திக்கும்
புதுமைப்பெண்ணே அச்சப்படாதே
நின் சூழ்நிலை கண்டு நிலைகுலையாதே
கல்வியென்ற ஒன்று கட்டாயம் உன்னை உயர்த்தும்
புதுமைப்பெண்ணே நீ கவலை கொள்ளத் தேவையில்லை
என்னோடு எழுந்து வா, வெற்றியை நோக்கி
பயணிப்போம்
நிச்சயம் ஒருநாள் வெற்றி பெறுவோம்.

12.எனது தோழி

என்னுடன் மட்டும்
பேசு என்று
சொல்லிக் கொள்ள
நீ எனக்கானவள்
மட்டுமல்ல
எவரிடமும் நெருங்கிய
நட்பு கொள்ளாதே என்று
நான் சொல்லக் காரணம்
உன் மொத்த அன்பும்
எனக்கு மட்டுமே வேண்டும்
என்ற சுயநலத்தில் தான்
ஆம் நான் சுயநலவாதி தான்
உன்னை வெறும் தோழியாகவே
பார்க்கும் உன் தோழிகளுக்கு மத்தியில்
எல்லா உறவும் நீயென
நினைத்த நான் முட்டாள் தான்.

13.இருளில் ஓர் ஒளி

ஆயிரம் நூலகங்கள் வேண்டாம்
உன் போல் ஓர் தோழி
கிடைத்தால் படிப்பறிவு கூட
எதற்கு என்று நான் கேட்பேன்
இருள் சூழ்ந்த காலத்தின்
ஒளியாய் நீயும் வந்தாய்
என் வாழ்வை மாற்றினாய்
கண்ணோடு கவலைகள் சூழ்ந்து
கொள்ளும் வேளைகளில் உன்
இன்சொல் மட்டும் மருந்தாய்
மாறிடுதே என் தோழியே!

14.அன்பு மகள்

தவமின்றி கிடைத்த
      வரம் நீயடி
உலகின் எட்டம்
      அதிசயமும் நீயடி
என்னையே எனக்குத் திருப்பித்தந்த
      தெய்வம் நீயடி
உன் அழுகையே எனக்கு
      இதய வலியடி
உன் சிரிப்பே அதற்கு
      மருந்தடி
நீயே என் உலகமடி உன்னை பெற்றதே
      என் வரமடி

15.விவசாயி

சுட்டெரிக்கும் சூரியனின் கதிர்கள்
சுடரில்லாத தீயின் விளிம்பிலும்
பனி மழை கொட்டும் காலங்களிலும்
விடுப்பு எடுக்காமல் வேலை செய்யும்
விவசாயியை எவர் நினைவு கூறாரோ?
ஆடிப்பட்டம் தேடி விதைத்து அறுவடை
செய்து ஊருக்கெல்லாம் உணவிடும்
உழவனின் நிலையை அறிவீரோ?
விளைநிலம் களர்நிலமாகிய மழையற்ற
ஓர்காலம் அதிக மழைப் பொழிவின்
பயனாக வாழைகள் வீழ்ந்தது ஒரு காலம்
இதற்கும் மேலாக வாங்கிய கடனை
திருப்பித் தர இயலாமல் பிள்ளை போன்று
வளர்த்த கறவையைத் தாரை வார்ப்பது ஒரு காலம்
நாற்புறம் நீதி கிடைக்காமல்
தன்னைத் தானே தூக்கிலிட்டது ஓர் காலம்
இன்று வீறு கொண்ட சிங்கங்களாய்
போராடுவது இக்காலம் – இந்தியாவின்
முதுகெலும்பை மறந்துவிடாதீர் இனியும்
காலவிரயம் செய்யாதீர் – சற்றே எழுந்த
ஓர் குரல் கொடுங்கள் விவசாயத்திற்கு ஆதரவாக.

16. கல்லூரி வாசல்

கல்லூயின் முதல் நாளில் முகவரி
தெரியாமல் முதற் புன்னகையில் மலர்ந்த நட்பே
நட்பின் கைகளை பிடித்து நடந்த நாட்கள்
உணவுகளை பரிமாறிக் கொண்ட நேரங்கள்
சோகங்களில் இன்பத்தை தரும்
இசையாக தூங்கி வழியும் வகுப்பறைகள்
வெர்னியருடன் விளையாடிய காலங்கள்
ஆய்வகத்தை அபயமாக்கிய பொழுதுகள்
சிறு சண்டைகள் பெரிய சமாதானங்கள்
ஆசிரியரின் அரவணைப்புகள்
எதற்கு இந்த கல்லூரி என்று நினைத்த முதல் நாள்
எனது கல்லூரி என்று சொல்லும் இறுதிநாள்
இரண்டு வருடமும் இறகு இல்லாத
பறவை போல பறந்தோம் இன்று
இறகுகள் முளைத்து வாழ்வை நோக்கி
பயணிப்போம்- வெற்றி அடைவோம்
இன்னும் ஐந்து வருடங்களில் அனைவரும்
நன்னிலையின் இருப்போம் – விரைவில்
இணைவோம் வெற்றியாளர்களாக
நாட்கள் ஒளியின் திசைவேகத்தில் ஓடினும்
நம் நட்பு மட்டும் மாறிலியாக
என்றும் முடிவில்லாமல் இருக்கட்டும்.

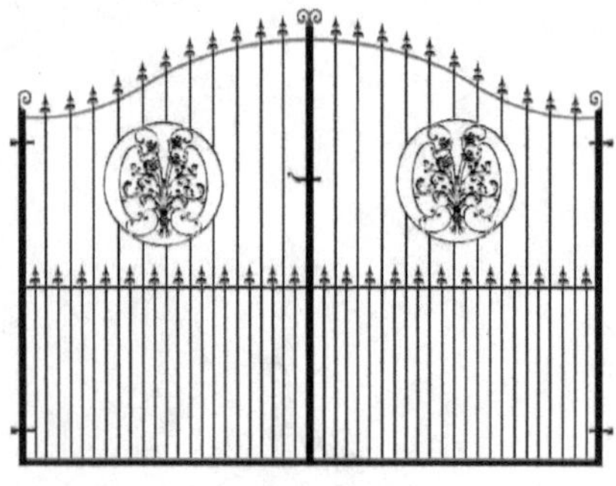

17.தமிழ் நாடு

வானெங்கும் வண்ணங்கள் சூழும்.
அமுதோடு அன்பு சுரக்கும் அரிதிரு நாடு
இயற்கையை அரனாக கொண்டு
ஈகையோடு வாழும் வளமிகு நாடு
வேற்றுமையிலும் ஒற்றுமை காணும்
வரையாட்டை சின்னமாக கொண்டு
வற்றா சுனையும் தீர வளமும்
கொண்ட மிமீசை தமிழ்நாடு
கல கல என சிரித்து பழகும் உள்ளங்களை கொண்ட
உயர்திரு நாடு.
எட்டு திக்கும் தமிழ் மொழி முழங்க
ஏற்றம் பேரும் எழில் மிகு நாடு
ஐநிலம் கொண்டு ஆநிரை மேய்த மேற்பனின் புகழ்
பாடும் புன்னிய நாடு
எளிமை தலைவன் காமராசரை பெற்றுளடுத்த பெரிதிரு
நாடு
அகப்புறமென்று வாழ்வை பிரித்து வாழ்ந்த பெருமை
மிகு நாடு
உயிரினும் மேலான ஒழுக்கத்தை போற்றிடும் நாடு
நட்பின் இலக்கணமாய் திகழும் வள்ளல் தன்மை
கொண்ட வியத்தகு நாடு
மொழி பற்றின் தமிழ் பெயர் கொண்ட தனிப்பெரும் நாடு
நம் தமிழ் நாடு

18.ஜாதி மதம் களைவோம்

நெற்கதிரினை அறுவடை செய்யும்
விவசாயி என்ன ஜாதி என்று அறிவரோ?
அணியும் ஆடையை நெசவு செய்பவர்
எச்சாதியென் றுஅறிந்த பின்னே
ஆடை அணிவரோ?
பசி பிணி போக்கும் உழவனின் -உதவியை
நாணமில்லாது மறந்து எச்சாதி எனக் கேட்கும் இருதயம்
படைத்தினாரோ?
உயிர் போகும் நேரம் உதவிக்கு வந்தவனிடம்
எச்சாதி என்று வினாவிவாரோ?
மதம் அறிந்தே மருத்துவரிடம் செல்விரோ?
தொழில்களின் அடிப்படையில் ஜாதியென வகுத்து
கொண்ட சமூகமே
உழைப்பே தெய்வம் என்பதை மறந்தீரோ?
மேலோன்,கடையோன் எவர் என அறிவீரோ?
அகத்தில் அன்பு ததும்பும் மனமே மேலோன்

சாதியின் பெயரை சொல்லி சமூகத்தை தனிமை
படுத்துப்பவன் கடையோன்.
இறைவனின் படைப்பில் அனைவரும் சமம்.
அன்பென்ற ஒன்று அகிலத்தை ஆளும்.
அன்போடு வாழ்க. அன்பாய் வாழ்க.
ஜாதிகள் இல்லையாடி பாப்பா என்ற மகா கவியின் வழி
வாழ்க

19.பாரதிக்காக

பிஞ்சு வயது பாரதியின்
வாழ்க்கை இன்று
நம் கையில்
மக்களாகிய நாம் ஒன்றாய்
இணைந்திடுவோம்
பாரதிக்காக ஆதரவு கரம்
நீட்டிடுவோம்
நம் வீட்டுப் பிள்ளை யென்றே
பாரதியை நினைத்திடுவோம்
விரைவில் குணமடைய
தொடர்ந்து பிரார்த்திப்போம்

20.தேநீர்

சோம்பல் தீர்க்க மருந்தாவது
தூக்கம் வருகையில் தீர்த்தமாவது
ஆற்றலோடு படிக்க எனைப்போன்றோருக்கு
ஆற்ற ஊட்டும் திரவமாவது - தேநீர்
வெளியூர்களுக்கு செல்லும் போது - விலைவாசியின்
பிடியில் இருந்து தப்பிக்க பசியாற்றுவது
விருந்தோம்பலுக்கு முதற்பொருள் தேநீர்
இரவுநேர படிப்பின் போது என்னுடன்
பயணம் செய்வது தேநீர்
தேநீர் இன்றி நான் இல்லை
எனது வேலைகளும் இல்லை

21.அப்பா

எங்கு சென்றாலும் உங்களோடு
சென்றே பழகி விட்டேன்
ஒன்றரை ஆண்டு சென்ற பின்பும்
என் பாதை எல்லாம் உம்
மலர்ப்பாதம் கேட்கிறதே; எங்கனம்
சொல்லுவேன் இனி செல்லும்
பாதை முழுவதும் தனிமையிலென்று

22.என்றும் மாறிலி

ஆண்டுகள் பல ஓடினும்
நிமிடங்கள் எல்லாம் நிற்காமல்
ஒளியின் திசைவேகத்தைப்
போல் ஓடினும் - நீ இல்லா
கவலைகள் மட்டும்
மாறிலியாகவே இருக்கின்றன

23.அன்பு தந்தை

நான் பிறந்திடும் முன்னே மலையளவு
பிரியம் என் மேல் வைத்தாய்
நான் பிறந்திட்ட பிறகு மழையளவு
பாசம் துளித்துளியாய் பொழிந்திட்டாய்
பூ பருவத்தில் இருந்த எனக்கு தாய்
என்னும் இடத்தை அளித்தாய்
பள்ளிப் பருவத்தில் குருவாகவும் என்
அனைத்து வீட்டுப்பாடங்களையும் நீயே செய்தாய்
என்னை உன் தோள்மேல் சுமந்து
சுற்றாத இடம் இங்கு உள்ளதோ
எனக்கு உயிர் கொடுத்த கடவுளும் நீயல்லவோ
என் மனம் முழுவதும் நீ யல்லவோ!!

24.எங்கு சென்றாய்?

எங்கு சென்றாய் என் தந்தையே
என்னை மறந்து ஏன் சென்றாயோ
கண்ணீர் கடலில் மூழ்கவிட்டு எங்கு சென்றாயோ?
ப்ரியமான என்னை ஏன் பிரிந்தாயோ!
காலனின் சூழ்ச்சியா?
காலத்தின் கோலமா?
விதியின் விளையாட்டா?
இல்லை என்னின் கர்மமா?
ஏதென்று நான் அறியோன்
யாம் அறிந்தது உன்னை மட்டுமே!
எங்கு சென்றாயோ என்னை விட்டு

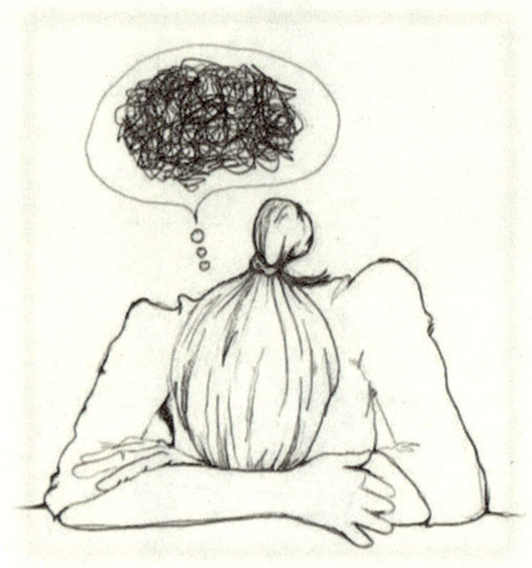

25.நிழலை பிரிந்த நிஜம்

நிலையற்ற இவ்வுலகில்
நிலையான உன் பாசம்
நிலையற்றுப் போனதால்
நிலையில்லா துன்பம்
நிலையாயிற்றே!!

26.ஆண், பெண் நட்பு:

கல்லூரி முதல் நாளில்
அறிமுகமான என் ஆருயிர் நட்பே
பயத்தோடு
பறிமாறிக் கொள்ளும்
பெயர் முகவரிகள்
காலப்போக்கில் காவலனாக
வந்த தோழன்
துக்கத்தில் துணாக இருப்பவன்
கள்ளமில்லாமல் இருக்கும்
ஓர் உறவு
சொந்த பந்தத்தை விட மேலானது
இறுதி வரையில் வருவது
என் உயிரினும் மேலான
உன் நட்பு

27.

உன் கல்லறைக்கு நானும் வந்தேன்
பிறந்தநாள் வாழ்த்து கூற
ஏமாற்றத்துடன் நானும் சென்றேன்
என் புன்னகை பூ பூக்கவில்லை என்று
மழைத்துளியாய் நீ வருகிறாய் இருந்தும்
என் வலிகளில் கரையயவில்லை
விழி ஓரம் நீர்த்துளியோடு காத்துக்
கொண்டிருக்கிறேன் உன்னைக் காண்பேனென
உயிரைக் கூட விட்டுவிடலாமென நினைக்கிறேன்
உன்னோடு பேசலாம் என்று

Miss u pa

28.என் வாழ்வின் சூரியரே

என் வாழ்வின் சூரியனே
உழைத்தது போதுமென்று ஓய்வெடுத்தாயே
இல்லை மகளை பிடிக்காமல்
பிரிந்து விட்டாயோ
காலனின் சூழ்ச்சியால்
கலைந்து விட்டாயோ
விதியின் வீழ்ச்சியால்
விண்ணுலகம் சென்று விட்டாயோ

29.ஹைக்கு

மருத்துவரே பசிக்காமலிருக்க ஒரு மாத்திரை
கொடுங்கள் என் அப்பா பாவம்
பகலவனே பகலில் படராதே
என் வீட்டில் சோறு இல்லை

30.மதி

மனதின் எண்ணங்கள் மகிழ்வற்று போகும்
வேளைகளிலே மதி என்ற ஒன்றே இருப்பது
தெரிகிறது

31.முயற்சி

சிரமம் தான்
சிக்கல் தான்
எளிது என்று எவரும் சொல்ல வில்லை
எட்டா உயரம் எட்டுவது
எளிமையென்று சொல்லவில்லை
முயற்சியோடு பயிற்சி செய்தால்
எட்டா உயரமும் எட்டி விடுவாய்

32.அலைபேசி

தொலை தூர உறவை நெருக்கமாக்கியதும்
நெருக்கமான உறவை தொலை தூரமாக்கியதும்
அலைபேசி தான்

www.ingramcontent.com/pod-product-compliance
Lightning Source LLC
LaVergne TN
LVHW092036190726
843493LV00002B/709